AF571433

पलसा: जीवनाची उत्पत्ती

विवेक कुमार पांडे शंभूनाथ

Copyright © Mr Vivek Kumar Pandey
All Rights Reserved.

This book has been self-published with all reasonable efforts taken to make the material error-free by the author. No part of this book shall be used, reproduced in any manner whatsoever without written permission from the author, except in the case of brief quotations embodied in critical articles and reviews.

The Author of this book is solely responsible and liable for its content including but not limited to the views, representations, descriptions, statements, information, opinions and references ["Content"]. The Content of this book shall not constitute or be construed or deemed to reflect the opinion or expression of the Publisher or Editor. Neither the Publisher nor Editor endorse or approve the Content of this book or guarantee the reliability, accuracy or completeness of the Content published herein and do not make any representations or warranties of any kind, express or implied, including but not limited to the implied warranties of merchantability, fitness for a particular purpose. The Publisher and Editor shall not be liable whatsoever for any errors, omissions, whether such errors or omissions result from negligence, accident, or any other cause or claims for loss or damages of any kind, including without limitation, indirect or consequential loss or damage arising out of use, inability to use, or about the reliability, accuracy or sufficiency of the information contained in this book.

Made with ♥ on the Notion Press Platform
www.notionpress.com

ही कथा लिहिताना कोणत्याही धर्माच्या, जातीच्या, कुटुंबाच्या सदस्याला इजा झालेली नाही. आम्हाला कोणताही धर्म, जात, समाज, संस्कृती दुखावायची नाही. श्री विवेक कुमार पांडे शंभूनाथ जी यांनी हे पुस्तक लिहिले आहे.

अनुक्रमणिका

प्रस्तावना

माझे नाव विवेक कुमार पांडे आहे आणि मी एक लेखक आहे, मी सुरत, गुजरात येथे राहतो. माझा जन्म 30 सप्टेंबर 2002 रोजी झाला आणि मला लहानपणापासून अभिनेता बनण्याची इच्छा होती आणि अजूनही आहे.. मी कधीच विचार करत नाही की लोक काय करत आहेत, मला वाटतं की मी जे करत आहे, आज मी यशस्वी आहे, माझ्या वडिलांमुळेच, आज ते हयात असते तर त्यांना खूप आनंद झाला असता, ते सदैव माझ्यासोबत असतील.

माझे खऱ्या आयुष्यातील सुपरस्टार आणि सुपर हिरो हे माझे सर्वात प्रिय वडील आहेत. माझे तुझ्यावर प्रेम आहे बाबा पप्पांना मी केलेला चहा खूप आवडला.

चहा प्यावासा वाटला की तो म्हणायचा. मला चहा प्यायचा आहे, कोण बनवेल? मम्मी म्हणते मी बनवतो पण वडील म्हणतात ना, माझा मुलगा बनवेल. मला त्याच्या हातचा चहा खूप आवडतो. जेव्हा तो काम संपवून घरी यायचा तेव्हा तो मला विवेक बेटा म्हणतो, तू काय खाशील, सफरचंद घे.

मी म्हणतो ठीक आहे बाबा घ्या. पप्पा म्हणतात मी किती घ्यायचे, एक किलो की २ किलो. मी बाबा म्हणत नाही, फक्त मी भाऊ खातो आणि बहिणीला फळे आवडत नाहीत, म्हणून 3 सफरचंद घ्या. पण वडील माझ्यासाठी दोन ते तीन किलो फळे आणायचे. आधी घे आणि मग मला फोन कर. नेहमी तेच करायचे.

मी असे म्हणत नाही की तो माझ्यावर खूप प्रेम आणि आदर करत असे. त्याचे तिन्ही मुलांवर प्रेम होते. मी घरात सर्वात लहान होतो, माझी बहीण माझ्यापेक्षा मोठी आहे आणि माझे भाऊ माझ्या बहिणीपेक्षा मोठे आहेत. मी अजूनही त्या दिवसाची वाट पाहत आहे जेव्हा बाबा माझ्यासाठी काहीतरी आणतील. तो आवाज ऐकण्यासाठी माझे कान आसुसले. पण जे निघून जाते ते परत येत नाही असं म्हणतात.

मी सर्व लोकांना विनंती करतो की तुम्ही तुमच्या पालकांची काळजी घ्या, हे त्या लोकांसाठी आहे जे त्यांच्या पालकांना नाकारतात. जगात एकच देव आहे, तो म्हणजे आई आणि वडील.

मी खूप प्रसिद्धी मिळवावी अशी माझ्या वडिलांची इच्छा होती. इथे फक्त खंत राहील, मला रस्ता दाखवणारे माझे वडील माझ्यासोबत नाहीत. पण माझे वडील माझ्या आत धुतात हे मला मान्य आहे. कधी येणार कोणास ठाऊक. असेच एके दिवशी माझ्या वडिलांचे झाले. माझ्या वडिलांना पाच-सहा दिवस ताप होता. त्याला अनेक हॉस्पिटलमध्ये नेण्यात आले पण कोणीही त्याच्यावर उपचार केले नाही, वडिलांना सौम्य न्यूमोनिया झाला होता आणि तुम्हाला आधीच माहित होते की कोरोनाची सावली संपूर्ण जगावर पसरली आहे.

त्या भीतीमुळे डॉक्टरांनी माझ्या वडिलांवर उपचार केले नाहीत. निमोनिया साधा होता आणि सहा दिवस ताप कायम होता. शेवटी माझ्या वडिलांना प्रवेश मिळाला. आता तुमचे वडील बरे होतील, असे डॉक्टरांनी सांगायला सुरुवात केली. वडील बरे होतील याचीही आम्हाला खात्री होती.

4 जून रोजी रात्री 12 वाजता वडिलांना हृदयविकाराचा झटका आला. डॉक्टरांनी खूप प्रयत्न केले पण माझ्या वडिलांना वाचवता आले नाही. आता आम्हाला साथ देणारे कोणी नाही. प्रत्येकजण माझी चेष्टा करत राहतो, म्हणतो तू काही करू शकत नाहीस. पण मी त्या लोकांच्या बोलण्याकडे फारसे लक्ष दिले नाही. महाराज आता काय सांगू?

1

पलसा: जीवनाची उत्पत्ती

- पलसाः जीवनाची उत्पत्ती

टीप: ही कथा लिहिताना कोणत्याही धर्माच्या, जातीच्या, कुटुंबाच्या सदस्याला इजा झालेली नाही. आम्हाला कोणताही धर्म, जात, समाज, संस्कृती दुखावायची नाही. श्री विवेक कुमार पांडे शंभूनाथ जी यांनी हे पुस्तक लिहिले आहे.

कथेला सुरुवात करूया, शेवटी काही खास इतिहास लिहिला आहे, तोही जरूर वाचा. ही कथा आणि हे पुस्तक शेवटपर्यंत का वाचावे, वाढदिवसाची भेट म्हणून सर्वांना शेअर करा. तुम्ही कधी शब्द आणि कल्पनेच्या जगात डोकावला आहे का? वाचनाचा छंद अंगीकारून पहा, पुस्तकं तुम्हाला जीवनातील ताणतणाव आणि चिंतांपासून दूर नेतील अशा अनोख्या दुनियेत तुम्ही थक्क व्हाल.

थोडा वेळ तुमच्या आवडीचे काहीही वाचून झाल्यावर तुमचे मन इतके हलके होईल की तुम्हाला स्वतःमध्ये उत्साह आणि ऊर्जा जाणवेल. पावसाळा असो, चहाचा कप आणि तुमचे आवडते पुस्तक हातात घेऊन, एकदा हा अनुभव करून पहा.

एक काल्पनिक निर्माता तुम्हाला जगात घेऊन जाईल. त्या ठिकाणाचे नाव आहे पलसाः जीवनाची उत्पत्ती.

भांडे:

1. धिभान (स्त्री, तारखीची पत्नी)
2. तारखी (धिभानचा पती)
3. विवेक कुमार पांडे (लेखक)
4. विधान (वनरक्षक)
5. अंतरी (तारखीची मुलगी)
6. पोखर (शेषनाग)
7. संत ज्ञानेश्वर महाराज (एस विष्णू देव)

ही कथा 1782 ची आहे, तरच कथेचा क्लायमॅक्स वाचाल. ,

अशी विचित्र जागा जिथून नवीन ठिकाणाच्या जीवनाची पल्सा उत्पत्ती सुरू होते. असे अनोखे जग जिथे हे लोक धुतात.

धिभान : अहो कोणीतरी माझं पण ऐका, इथून दुसऱ्या ठिकाणी जाऊया नाहीतर अंधार पडला तर पुन्हा जाणं अशक्य होईल.

तारखी : तू नेहमीप्रमाणे घाईत आहेस. संध्याकाळी निघालो तर काय होईल, कोणीतरी खाईल.

धिभान : तू माझे ऐकताच कुठे आहेस, मी काय आहे?

तारखी : मी शपथ घेतली नसती तर इथून निघून गेलो असतो पण काही गुपित आणि विशेष आहे. तर मी ते सोडून कसे जाऊ शकते, काहीतरी समजावून सांगा.

अंतरी : सोडा बाबा, आईला समजावून सांगू नकोस, तिला समजवणं खूप अवघड आहे.

धिभान : तुम्ही दोघे वडील आणि मुलगी सारखेच आहात. आज थोडी व्यवस्था करूया.

तारखी : आता काय व्यवस्था करायची आहे, अंधारात बाहेर गेलात तर जंगली प्राणी तुम्हाला खातील.

धिभान : वाह रे वाह आत्ताच ते अभिमानाने सांगत होते की अंधार पडला तरी चालेल. आता काय झालं?

तारखी : कोणती व्यवस्था करायची ते सांग.

धिभान : तू बाप आणि मुलगी दोघांची गाढव होशील.

अंतरी : आई तुला काय म्हणायचे आहे ते स्पष्ट सांग. गोष्टी फिरवू नका.

धिभान : अरे, तू रात्री उपाशी झोपणार का खाण्यापिण्याची व्यवस्था होईल की नाही.

तारखी : अहो, मी जाऊन घेईन आता. कृपया शांत रहा

अंतरी : आई, तू सुद्‌धा एवढी छोटी गोष्ट एवढी मोठी करून आमची काळजी करतेस का?

धिभान : ठीक आहे आता मला बाप-लेकीला जास्त समजावू नकोस, नाहीतर समजावायला बसलो तर खूप त्रास होईल. तू जा ना!

तारखी : मी जात आहे.

(तेथून तारखी निघते)

अंतरी : आई तू नेहमी का रागावतेस.

धिभान : या जगातून आपली कधी सुटका होईल माहीत नाही. त्यामुळे मला राग येतो मी माझ्या स्वर्गीय घरात इतक्या आरामात माझ्याच जगात राहायचो. पिझ्झा, पाणीपुरी, भेळ रोज खायचो, आता तेही होत नाही. येथे फक्त गॅस, फळे आणि फुले खाण्यासाठी उपलब्ध आहेत. शेवटी आपण या जगातून मुक्त कधी होणार, मला माझ्या पृथ्वीवर जावे लागेल.

अंतरी : आई, आपण काहीच करू शकत नाही. दोष फक्त आमचा होता. तू लवकर किंवा नंतर मोकळी होशील आई, काळजी करू नकोस. असं काही नाही की मलाही आईस्क्रीम खावंसं वाटत नाही. पण काय करणार, मजबुरी आहे.

धिभान : हरकत नाही, आता घरात अंधार पडतोय. तुझा बाप जेवण आणेल.

अंतरी : हो आई, चल घरात जाऊ, पाऊस पडणार आहे, काळे ढग आहेत.

धिभान : हो अंत्री, चला आत जाऊया घरात. एक गोष्ट म्हणजे आमच्या घरात कोणीही मांसाहारी नाही. आपण सर्व शाकाहारी आहोत.

(काळ्याकुट्ट ढगांनी दाटून आले होते आणि वारा वेगाने वाहत होता, थोड्या वेळाने पाऊस सुरू झाला. तारखीने एका भांड्यात भरपूर फळे आणि पाणी आणले होते.)

अंतरी : आई बाबा आले आहेत.

धिभान : आजही तुला फक्त सफरचंद, आंबा आणि द्राक्षं मिळाली, थोडं पुढे गेल्यावर चांगली फळं आली असती.

तारखी: प्रथम, पाऊस पडत आहे आणि जोरदार वारे वाहत आहेत. ते फळ कसे आणते? उद्या मी नवीन आणि ताजी फळे घेऊन येईन, आज हे खाऊया.

धिभान : हो आज हे खाऊन झोपी गेले.

(जेवण खाऊन बाहेरचे दृश्य पाहताना ते निवांत बोलत होते)

तारखी: धिभान मला माहीत नाही आपण या जगात किती दिवस राहू, मी जाणूनबुजून काही चूक केली आहे का की काहीही झाले तरी चालेल. मलाही तेच वाटत आहे, आता आपण या जगात राहणार आहोत.

धिभान : काही हरकत नाही, एवढी काळजी करू नकोस, सर्व काही ठीक होईल. आमची मुलगी आता शाळेतही जाऊ शकत नाही, तिचा अभ्यास उद्ध्वस्त होत आहे, देवाची इच्छा आहे.

तारखी : माझ्या मुलीने शिक्षण घेऊन शिक्षिका व्हावे असे मला वाटत होते, पण मला वाटते ते स्वप्न अधुरेच राहील.

धिभान : मला वाटतं इथे आमच्याशिवाय कोणीच नाही, तुला काय वाटतं?

तारखी : कोणीतरी असावं, आपण एकटे नाही. चला आता झोपूया, आम्ही सकाळी बोलू तरीही हवामान खूप

अंतरी : तसे झाले नाही तरी भीती नाही. बाबा, आज पावभाजी खावीशी वाटते.

तारखी: मुलगी, माझे मनही माझेच करत आहे. मला आज पनीर टिक्का खावासा वाटतो, तोही पंचतारांकित हॉटेलमध्ये, पण हे शक्य नाही. इथून निघाल्यावरच जेवता येईल.

धिभान : मला माहित नाही की मला या जंगलात किती दिवस राहावे लागेल.

तारखी: तुला माहित आहे का प्रिये, हे जीवन आता आपल्याशी खेळत आहे. पण बाबा तपश्चर्या करत आहेत हे आम्हाला फार कमी माहीत होतं.

धिभान : बाबांनी आमच्यावर अन्याय केला.

(तारखी कुटुंबीयांनी पोलिसात एफआयआर दाखल केला. टार्खीचे वडील पोलिस स्टेशनमध्ये पोहोचले. टार्खीच्या वडिलांनी पोलिस स्टेशनमध्ये गोंधळ घातला.)

पोलीस : तुम्ही निश्चिंत रहा. आम्ही आमचे काम नक्कीच पूर्ण करू. तुम्ही फक्त तुमचा मुलगा, सून आणि नातवाचे फोटो आमच्याकडे जमा करा. तो घरातून कधी आणि कुठे गेला ते तुम्ही मला सांगू शकता.

कमलेश : म्हणत होता. मी काही महाराजांच्या आश्रमात जात आहे.

पोलीस : त्या महाराजांचे नाव काय?

कमलेश: आता लवकर एफआयआर नोंदवा. माझा मुलगा आणि माझी सून आणि माझी नात अनेक आठवड्यांपासून बेपत्ता आहेत. तो कुठे गेला किंवा कोणी त्याचे अपहरण केले हे माहित नाही. तू मला मदत कर

कमलेश : त्यांचे नाव संत ज्ञानेश्वर महाराज. (कमलेश पुन्हा मनात विचार करू लागला, कदाचित मी त्याच्या शोधात तिकडे गेले असावे) ठीक आहे, चला डोक्यात, हा फोटो आहे. माझ्या मुलाला आणि मुलीला लवकरात लवकर शोधा (ओरडून)

पोलीस : बघ, ओरडू नकोस, हे पोलीस स्टेशन आहे.

कमलेश : तू ओरडत का नाहीस, मी एक-दोन तास बाहेर बसलो आहे पण माझे कोणी ऐकत नाही. तो कधीपासून म्हणत होता, सर, मला एफआयआर नोंदवावी लागेल. थोडा वेळ थांब, म्हणत - दोन तास केले.

पोलीस : वृत्ती दाखवायची गरज नाही. तुमच्या घरात अधिक हुशारी दाखवा. तुम्ही एफआयआर लिहिला नसता तर तुम्ही काय केले असते?

कमलेश : तुम्ही घुसखोर पोलिस असेच आहात. नोकरी मिळाली तर ते अधिक मग्रुरी दाखवतात.

पोलीस : मग तुम्ही पण पोलीस व्हा. हे घ्या, तुमचा एफआयआर इथे फाडला गेला. बोल आता काय करणार?

(कमलेशने पोलिस कर्मचाऱ्याच्या खिशातून बंदूक काढून पोलिस कर्मचाऱ्याला जागीच मारले.)

कमलेश : माझे काम झाले नाही तर मी संपूर्ण पोलीस खात्याची कहाणी संपवून टाकेन. तुमचा खूप अभिमान आहे. जिथे गुन्हेगारी आणि मुलींवर खुलेआम बलात्कार होत आहेत पण एकही पोलीस कारवाई करत नाही. प्रत्येकजण भित्रा आहे. माझे काम झाले नाही तर मी पुन्हा येईन.

(एसपी साहेब चहा पिताना आत आले.)

एसपी साहेब : इथे काय चालले आहे आणि आमच्या अधिकाऱ्याचे हे एन्काउंटर कोणी केले.

कमलेश : मी केलं. काय उपटून टाकले तुम्ही माझ्या लोकांनो. भाऊ खूप दिवसांपासून भुंकत होता पण कोणी ऐकत नाही. ये साला तेरा अधिकारी बसून चहा पीत होते पण एफआयआर नोंदवायला मला दोन तास थांबायला लावले. बाहेर किती लोक वाट पाहत होते. सगळे त्याला सर म्हणत होते, पण हा सरकारी कुत्रा ऐकत नाही, कमिशन मागत आहे.

एसपी साहेब : तर तुम्ही त्याचा जीव घेतला. आपण गुन्हा केला आहे हे माहित आहे. तुम्हाला शिक्षाही होईल.

कमलेश : जे उपटता येत नाही ते उपटून टाका. नाही, मी तुझ्या वडिलांचे खाते आहे, नाही, तू माझ्या वडिलांचे खाते आहेस. जाऊ दे, माझे काम झाले नाही तर पुन्हा येईन. जय हिंद (कमलेश गेल्यानंतर)

एसपी साहेब: आमच्या आश्वासक अधिकाऱ्याला मारून तो निघून गेला, तुम्ही काय करत होता? त्याला थांबवता आले नाही. तुम्हाला हात-पाय नाहीत, तुम्ही सर्व अपंग आहात.

कॉन्स्टेबल : सर आपण काय करू शकतो. माझ्यामध्ये कोणी बोलले तर देवाला प्रिय होईल, असा इशारा त्यांनी आम्हा सर्वांना दिला होता. त्यामुळेच आम्ही काही बोलत नव्हतो. तुमच्यावर कारवाई व्हायला हवी होती ना तुम्ही काय करत आहात. तुम्ही पण अपंग आहात का?

एसपी साहेब : नीट बोला. जा त्यालाही मारा, हा माझा आदेश आहे. जा, माझ्या तोंडाकडे काय बघत आहेस, जिथे भेटेल तिकडे त्याची गोष्ट संपवा, नाहीतर मी तुम्हा सगळ्यांची गोष्ट संपवतो.

(नवीन आशादायी सकाळ सगळीकडे उत्साहाच्या आणि उत्साहाच्या लाटा घेऊन येते. पण बाबा बाहेरच रागाने बसले होते. पोखर हळू हळू घरात शिरण्याचा प्रयत्न करत होते..)

संत ज्ञानेश्वर महाराज : मूर्ख माणूस, तू खूप आळशी आहेस, तुझे काम करण्यासाठी इतरांची मदत घेतोस, तुझ्या एका चुकीची किंमत सर्वांनाच चुकवावी लागते.

पोखर : महाराज मला माफ करा, मला त्या लोकांबद्दल काय माहीत. मी विचार करत होतो की तुझे तप पूर्ण झाले आहे, आता तू सर्वांना मुक्त करू शकतोस.

संत ज्ञानेश्वर महाराज : तू मुर्ख आहेस, तुझ्या कृतीमुळे अनेक गरीब लोक पलसामध्ये आयुष्य घालवत आहेत.

पोखर : महाराज, त्यासाठी तुमच्याकडे काही उपाय आहे.

संत ज्ञानेश्वर महाराज : यावर उपाय नाही.

पोखर : मग ते लोक कधीच परत येणार नाहीत.

संत ज्ञानेश्वर महाराज : मलाही ते जाणवत आहे, पण जे काही झाले ते तुम्ही सर्वजण तुमच्या मूर्खपणामुळे एकही काम नीट करू शकत नाही.

पोखर : मी जाणीवपूर्वक चूक केलेली नाही.

संत ज्ञानेश्वर महाराज : बरं गायींना खायला दिलंय की नाही?

पोखर : नाही महाराज, मी काही वेळापूर्वीच उठलो होतो, आता जाऊन देतो.

संत ज्ञानेश्वर महाराज : बेफिकीरपणाची मर्यादा असते, जी तू ओलांडली आहेस, आता जा, तू माझ्या तोंडाकडे काय पाहतोस, जा आणि गायींना अन्न दे.

पोखर : होय महाराज

(तेवढ्यात एक बाई महाराजांना भेटायला आली.)

बाई: नमस्ते महाराज जी मला आशीर्वाद द्या.

संत ज्ञानेश्वर महाराज : सदैव आनंदी राहा आणि सदैव आनंदी राहा माझ्या लेकी, कशी आलीस सांग.

बाई : सर, मला खूप दिवसांपासून काळजी वाटत आहे, माझ्या मुलाची तब्येत बरी नाही आहे, ताप उतरत नाहीये, आता काय करावे ते सांगा. मी माझ्या मुलाला सर्वात मोठ्या दवाखान्यात दाखवले पण तिथे त्याच्यावर उपचार होऊ शकले नाहीत, महाराज जी, तुम्हीच माझ्या मुलाला बरे करू शकता.

संत ज्ञानेश्वर महाराज : एवढंच, ही औषधी घ्या, तुमच्या मुलाला प्यायला द्या आणि थोड्या वेळाने बघा, तुमचा मुलगा बरा होईल.

बाई : ते तुमचे आहे म्हणून खूप खूप धन्यवाद महाराज जी. ठीक आहे मी जातो माझा मुलगा वाट पाहत आहे.

संत ज्ञानेश्वर महाराज : तुम्ही जावे. काळजी करू नका, तुमचा मुलगा बरा होईल. (बाई गेल्यावर महाराज पुन्हा पोखरला बोलावतात.)

पोखर : होय महाराज.

संत ज्ञानेश्वर महाराज : तुम्ही गायींना अन्न दिले.

पोखर : होय महाराज, मी गायींना अन्न दिले आहे. जर महाराजांनी विचारले की तुम्ही जेवण केव्हा कराल, मी आत्ताच सर्व फळे आणतो. तुम्ही आधी खा.

संत ज्ञानेश्वर महाराज : नाही, आता सोडू नका, मी अजूनही विचार करतोय की ज्याला पक्षाघात झाला आहे तो आपले जीवन कसे जगत असेल, त्याला तिथे खायला अन्न मिळेल की नाही हे माहित नाही.

पोखर : महाराज जी, तुम्हीच मला सांगत होता. तेथे अन्नाची कमतरता भासणार नाही.

संत ज्ञानेश्वर महाराज : अन्नाची कमतरता भासणार नसली तरी विचित्र जग पाहून आश्चर्य वाटले असेल. कदाचित ती चूक माझ्याकडून झाली असेल, त्यासाठी मीच दोषी आहे. तो त्याच्या जगात कधी येईल कुणास ठाऊक.

पोखर : महाराज बघा, एक दिवस ते लोक नक्कीच आपल्या जगात येतील, देव त्यांना नक्कीच आशीर्वाद देईल.

संत ज्ञानेश्वर महाराज : भगवंताचा महिमा किती मर्यादीत आहे ते पाहू. मला असे वाटते की देवाची महिमा त्या लोकांवर कधीच होणार नाही हे गौरव आपण स्वतः किंवा त्यांना स्वतः करावे लागेल तरच ते पलसातून बाहेर पडू शकतात. तू माझी 100 वर्षांची तपश्चर्या भंग केलीस.

पोखर : महाराज जी, मला माफ करा, मी हे जाणूनबुजून केले नाही, जर मला माहित असते की ते लोक तिथे येत आहेत तर मी त्यांना नक्कीच थांबवले असते, पण आता जे काही चालले आहे ते कोण रोखणार. आता फक्त देवावर आशा ठेवा.

संत ज्ञानेश्वर महाराज : पलसामध्ये अनेक पशू-पक्षी अडकले आहेत. त्यांचे प्राण वाचवण्यासाठी मी 100 वर्षे तपश्चर्या केली, पण त्या तपश्चर्येचे फळ मला मिळू शकले नाही.

पोखर : महाराज जी, इतकी काळजी करू नका, जे होईल ते चांगलंच होईल. एखादी व्यक्ती आयुष्यात एकदाच चूक करते. चूक एकदा असो, दोनदा असो, तीनदा असो किंवा हजारो वेळा असो, उशिरा का होईना तो त्या चुकातून नक्कीच शिकेल. कृपया तुम्ही स्वतःला दोषी सिद्ध करू नका आणि रागावू नका..

संत ज्ञानेश्वर महाराज : माणसाला काळजी करावी लागते कारण त्याच्या जीवनाची चिंता असते, त्यात त्याच्या विचारांचा दोष नाही. तो परत येऊ शकतो पण ते अवघड आहे. तुम्ही प्रथम फळे घेऊन जा आणि शहरातील सर्व भुकेल्या मुलांना फळे वाटून द्या. फळे देण्यात कंजूष होऊ नका कारण तुम्हाला माहित आहे की आपल्याकडे असे झाड आहे की ते कितीही वेळा तोडले तरी लगेच फळे येतात.

पोखर : होय महाराज, तुम्ही म्हणता त्याप्रमाणे मी शहरात जाऊन सर्व भुकेल्या मुलांना फळे वाटून देईन. कृपया मला परवानगी द्या सर.

संत ज्ञानेश्वर महाराज : मी तुम्हाला जाण्याचा आदेश देतो पण चूक करू नका. मी तुम्हाला यशस्वी कार्य करण्याची आज्ञा दिली आहे आणि अयशस्वी कार्य करू नका.

पोखर : होय महाराज.

(पोखर फळे घेऊन शहरातल्या भुकेल्या मुलांना फळे वाटायला जातात. आणि इथे तर्खीचे कुटुंब हलाखीच्या परिस्थितीशी झगडत होते.)

तारखी : ऐक, आता उठतोस की नाही, सकाळ झाली आहे. किती दिवस थांबणार, हे शहर तुझं नाही. उठून बाहेरचं वातावरण बघा, किती मस्त आणि किती गोड वाटतंय. वारेही शुद्ध वाहत आहेत.

धिभान : तू सकाळपासून पुन्हा बोलायला लागलास. लवकर उठून काय करावे, इमारत बांधायला जावे किंवा डोंगर खणून नदी बनवावी. जर तुम्ही स्वतः झोपलात तर तुम्ही इतर सर्वांना जागे कराल. तुमच्या या कृत्यामुळे आज आम्ही या जंगलात भटकत आहोत. या जंगलात कोणी आहे की नाही माहीत नाही.

तारखी : लवकर उठले तर काही प्रॉब्लेम आहे का? पाणीपुरी, बर्गर, पिझ्झा खाण्यात तुम्ही कधीच मागे हटत नाही. आणि पुन्हा पुन्हा मला दोष देऊ नकोस, माझीही चूक होती हे काही काळ मान्य करू, मग तू काय केलंस, तूही तेच केलंस..

अंतरी : पप्पा-मम्मी तुम्ही पुन्हा सुरुवात केलीत. इथून मार्ग काढा, एकमेकांना दोष देऊ नका. मी पण उठते आता, किती माझी सावत्र आई आहेस.

धिभान : तुम्ही बाप मुलगी इथे आली असती तर बरे झाले असते, निदान मी विचारले असते तरी वाचले असते, तुमच्या दोघांकडून मला शांती मिळाली असती. मला पण माहित आहे की तुला उठायचं आहे, तू थोड्या वेळाने उठला असतास तर तुझ्या बापाला खाज सुटतेय.

अंतरी : नुकतीच आई झाली. तुम्ही दोघे किती भांडता? चल बाबा, मी तुमच्याबरोबर फळे घ्यायला जातो, आज काही नवीन फळे आणू.

तारखी : त्याची काही गरज नाही, मी फळे आणली आहेत. मी खूप ताजी आणि नवीन फळे आणली आहेत.

धिभान : मला खूप भूक लागली आहे. तू खरं बोलतोस, नवीन फळं आणलीस तू खूप चांगली आहेस, तुझ्यासारखा नवरा सगळ्यांना मिळावा अशी मी देवाकडे प्रार्थना करतो.

तारखी : हे बघ अंतरी, तुझ्या आईला माझ्याकडे काही काम होतं, म्हणून ती माझ्याशी इतक्या प्रेमाने बोलत आहे. ती माझ्याशी नेहमी प्रेमाने बोलली तर मला आवडले असते, पण माझे नशीब वाईट आहे.

धिभान : ओ जी मला माफ करा, आजपासून मी तुमच्याशी नेहमी प्रेमाने बोलेन. मी तुझ्यावर प्रेम करतो .

तारखी : माझं पण तुझ्यावर प्रेम आहे. आपण जेवू या आणि येथून बाहेर पडण्याचा मार्ग शोधूया, आमच्या मुलीचे शिक्षण उद्ध्वस्त होत आहे. लवकरात लवकर इथून निघावे लागेल. या जंगलात कोणी असेल की नाही माहीत नाही जो आपल्याला इथून बाहेर पडण्याचा मार्ग दाखवेल.

धिभान : मी आईला प्रार्थना करतो. हे आई, तू माझ्यावर विश्वास ठेवलास तर आमच्या कुटुंबाचे रक्षण कर आणि आम्हाला आमच्या घरी घेऊन जा. (रडत)

अंतरी : आई, असे रडू नकोस, आपण नक्कीच मार्ग काढू.

तारखी : हो धिभान, असं रडू नकोस. देव कधीही आपल्या भक्तांचे वाईट करत नाही. तो आपल्या भक्तांना संकटात वाचवतो, तसाच तो आपल्यालाही वाचवेल. घाबरू नकोस, आधी खाऊ, मग इथून मार्ग काढायला जाऊ.

धिभान : हो आधी जेवू या. पण आंघोळ बाकी आहे, मी काय करू? आधी आंघोळ करा.

तारखी: आम्हा सगळ्यांना अजून अंघोळ करायची आहे, तर आधी जेवू या आणि जवळच एक नदी आहे, तिथे सगळे अंघोळ करतील.

(रात्रीचे जेवण करून पळसातून मार्ग काढण्यासाठी निघालो. काही तास चालल्यानंतर नदीच्या काठावर आराम करायला बसलो.)

धिभान : मी म्हणतोय की आपण इथून कधीच बाहेर पडू शकत नाही. आता काय होईल माहीत नाही, आमचे कुटुंबीय तिथे थांबले आहेत.

(तेव्हा धिभानला एक मुलगी दिसली. त्याने त्या मुलीला हाक मारली.)

धिभान : तुझे नाव काय मुलगी?

विधान : माझे नाव विधान आहे. मी अनेक वर्षांपासून येथे आहे, मी वनरक्षक आहे.

तारखी : मुलगी, तू एकटी आहेस, तुझे कुटुंबीय तुझ्यासोबत नाहीत.

विधान : हो मी एकटीच आहे. मलाही माझ्या घरी जायचे आहे, माझे आई-वडील अनेक वर्षांपासून माझी वाट पाहत असावेत. मला वाटले असेल की आता त्याची मुलगी त्याला सोडून गेली आहे. मला या जगातून बाहेर पडण्याची इच्छा आहे. तुम्हीही या जंगलात अडकल्यासारखे वाटते.

धिभान : मुलगी, एवढी वर्षे जगतोस, इथून बाहेर पडण्याचा मार्ग शोधला असेल. तुम्हाला हे जंगल चांगलं माहीत असेल.

विधान : नाही, इतक्या वर्षात मला इथून बाहेर पडण्याचा मार्ग सापडला नाही, मी रोज देवाची प्रार्थना करायचो.

तारखी : मुली, मला तुला एक गोष्ट विचारायची आहे. मी बरेच दिवस गाई, म्हशी, शेळ्या, पक्ष्यांचे आवाज ऐकतोय पण मला इथे कोणी दिसत नाहीये.

विधान : मलाही त्याबद्दल माहिती नाही, पण हो सगळे प्राणी आणि पक्षी आवाज काढतात.

धिभान : मग आपण इथून कधीच निघू शकत नाही का? आम्ही आमच्या घरी जाऊ शकत नाही.

विधान : मी इथे इतकी वर्षे आहे, त्यामुळे घरी पोहोचू शकलो नाही. तर पोचणार कसे, आम्हालाही या जंगलात कायमचे राहावे लागेल. हे कोणते जंगल आहे माहीत नाही. नाही त्याचे नाव माहित नाही पत्ता. मला असे वाटते की आपण एका अतिशय मागासलेल्या जगात आलो आहोत जिथे एकही व्यक्ती नाही. आम्ही चौघेच आहोत.

अंतरी : आई आपण काय करू. तुम्ही इथून कसे बाहेर पडाल?

धिभान : तू निघून जाशील, हिम्मत ठेव. आता तू मला समजावत होतास पण कमजोर होऊ नकोस. आपण सर्व मिळून मार्ग काढू.

अंतरी : हो आई.

धिभान : अंतरी तुझी आजी काय म्हणायची ते तुला माहीत आहे. ती म्हणायची माझी आतली मुलगी अभ्यासात खूप वेगवान असेल, खूप

नाव, संपत्ती कमवेल आणि सगळ्यांची मनं जिंकेल. माझ्या पहिल्या पगारातून मला साडी विकत घेईन. मला वाटतं ते आता अपूर्णच राहील. आजी तुमची वाट पाहत असेल. घरातील सर्व सदस्य आम्हाला शोधत असतील, आम्ही कुठे गेलो?

अंतरी : हा मा तुझं बरोबर आहे पण आम्ही निघू काळजी करू नकोस.

तारखी: आम्हाला हार मानायची नाही.

अंतरी: आई, मला एक चांगली गोष्ट सांग म्हणजे मला झोप येईल.

धिभान : मला स्वतःला झोप येत नाहीये आणि मी तुला गोष्ट सांगते.

अंतरी : आई, तू असं करतेस, मामाच्या मुलावर तुझं खूप प्रेम आहे, पण मी सांगितल्यावर तू नकार दिलास.

धिभान : ठीक आहे मुलगी, मी तुम्हा दोघांना गोष्ट सांगते. विधान कन्या तू पण माझ्याकडे ये. म्हणून ऐका

एक छोटंसं गाव होतं तिथे राजू आणि मोनू नावाचे दोन मित्र राहत होते. दोघेही काही ठिकाणी कामासाठी गेले पण त्यांना कोणी काम दिले नाही. आता काय करायचे, पैसे कोण देणार, असा विचार दोघेही करत होते.

दोघेही गावाच्या चौरस्त्यावर बसून बोलत आहेत, तिथून एक जमीनदार जातो, राजू आणि मोनूचे बोलणे ऐकून जमीनदार थांबतो आणि दोघांशी बोलू लागतो. राजूने घरमालकाला हा सगळा प्रकार सांगितला, आम्हाला पैशाची खूप गरज आहे, आम्हा दोघांना काम शोधण्यासाठी कुठेतरी नेले होते, पण कोणीही काम दिले नाही.

घरमालक म्हणाला, ठीक आहे, थोडे पैसे घ्या, तुम्ही दोघे वाटून घ्या. पैसे पाहून राजू आणि मोनू खुश झाले. या पैशातून आम्ही व्यवसाय सुरू करू, असे राजू सांगतो. तेव्हा मोनू म्हणतो की या पैशातून आपण हरवलेला परत आणू. राजूने नकार दिला, आम्ही हे पैसे वाया घालवू शकत नाही, त्याचा योग्य वापर केला पाहिजे. पण मोनू राजूचे ऐकत नाही आणि कुठेतरी हरवून गेला.

राजू गावाच्या चौकाचौकात भाजी मंडईचे दुकान सुरू झाले आणि ते काही वेळातच प्रसिद्ध झाले. त्याला खूप फायदा झाला आणि मोनू काही दिवस बेपत्ता झाल्यानंतर गावी येतो तेव्हा त्याला कळते की राजूने एक मोठे दुकान उघडले आहे आणि तो खूप नफा कमावत आहे.

लगेच मोनू राजूकडे जातो आणि पैसे मागतो, पण राजूने स्पष्ट नकार दिला. दोघेही आता जमीनदाराकडे गेले. राजू म्हणतो तुझे पैसे घे, मी तुझे पैसे भाजी मंडई उघडण्यात गुंतवले आणि मला चांगला नफा झाला. जमीनदार म्हणाले की, तुझ्या मेहनतीमुळेच आज तुला यश मिळाले आहे. तेव्हा मोनू म्हणतो मला माफ कर, मी बेपत्ता होऊन सर्व पैसे वाया घालवले आहेत. मी तुझ्याशी खोटं बोलणार होतो पण मी खोटं बोलू शकलो नाही.

घरमालक मोनूला म्हणाला, ठीक आहे, तुझा स्वभाव चांगला आहे की तू खोटे बोलला नाहीस, थोडे पैसे घे, तू पण व्यवसाय उघड. मोनूने गावातील रुग्णालयासमोर फळबाजाराचे दुकान उघडले. मोनूला काही वेळातच चांगला नफा मिळू लागला.

राजू आणि मोनूने खऱ्या मनाने मेहनत केली आणि आज त्यांच्या मेहनतीचे यशात रूपांतर झाले आहे. ठीक आहे आता झोपायला जा.

तुम्ही दोघेही मला सांगा की तुम्हीही मेहनत कराल की नाही.

अंतरी : हो आई, मी मेहनत करेन.

विधान : आंटी मध्ये पण मेहनत करेन.

अंतरी : विधान तुला पुस्तके वाचायला आवडतात का?

विधान : मला पुस्तके वाचायला खूप आवडतात.

अंतरी: तुमच्या आवडत्या पुस्तकाचे नाव सांगा.

विधान: माझे आवडते पुस्तक "मिशन कच्छ 1972" आहे. जे विवेक कुमार जी यांनी हे पुस्तक लिहिले आहे. तुमच्या आवडत्या पुस्तकाचे नाव काय आहे.

अंतरी : माझे आवडते पुस्तक म्हणजे "उंची चार फूट". जे विवेक कुमार जी यांनी हे पुस्तक लिहिले आहे. माझे आणि तुमचे आवडते पुस्तक एकाच लेखकाचे आहे.

विधान: होय.

(दुसरीकडे पोखर शहरात जाऊन सर्व भुकेल्या मुलांना आणि वृद्धांना फळे दिली, मग घरी परतले. तर्खीचे वडील कमलेशही तिथे पोहोचले.)

पोखर : सर, मी फळे वाटली आहेत.

संत ज्ञानेश्वर महाराज : खूप छान, तुमची काही चूक तर झाली नाही ना?

पोखर : नाही सर, मी काही विसरलो नाही.

संत ज्ञानेश्वर महाराज : हे तुमच्या मागे कोण आहे? आपल्या नातेवाईकांसारखे दिसते.

कमलेश : नमस्कार महाराज. माझा त्यांच्याशी संबंध नाही.

संत ज्ञानेश्वर महाराज : आनंदी रहा. तू इथे कोणत्या कामासाठी आला आहेस ते सांग.

कमलेश : माझा मुलगा, सून आणि माझी नात अनेक आठवड्यांपासून बेपत्ता आहेत. तो तुमच्याच आश्रमात आला होता, तेव्हापासून तो घरी परतलाच नाही.

संत ज्ञानेश्वर महाराज : तुमच्या मुलाच्या एका चुकीमुळे मला माफ करा, तो आता नव्या जगात गेला आहे. त्या ठिकाणाचे नाव पलसा.

कमलेश : महाराज, माझ्याकडून मोठी चूक झाली आहे. मी पोलिस स्टेशनमध्ये गेलो तेव्हा एफआयआर लिहायला बसलो होतो, पण तिथले अधिकारी आरामात चहा पीत होते पण एफआयआर नोंदवत नव्हते. मी रागाने तिला मारले. मला माहित आहे की ते मला मारतील पण मी घाबरत नाही. एक दिवस मरावे लागते.

संत ज्ञानेश्वर महाराज : हरकत नाही. मृत्यू लिहिला तरच मृत्यू होईल. घडणाऱ्या घटना कोणीही रोखू शकत नाही.

कमलेश : मग तो कधीच परत येऊ शकत नाही का? महाराज जी तुमच्या सोबत असतीलच.

संत ज्ञानेश्वर महाराज : मार्ग फार कठीण आहे. पलसा येथे एका नदीच्या काठावर एक झाड आहे, त्याची फांदी तोडून आंघोळीला गेलात तर तिथून मोकळे होतात. पण हो जर तो मोकळा झाला तर तो समोरच्याला सांगणार नाही की मी मुक्त झालो आहे अन्यथा तोही

मुक्त होऊ शकत नाही.

कमलेश : समजा एक मोकळा झाला तर तो दुसऱ्याला नक्कीच सांगेल. जर मी हे केले तर मी मोकळा झालो, जर त्याने सांगितले नसते तर ते लोक तिथेच राहिले असते.

संत ज्ञानेश्वर महाराज : म्हणूनच मी म्हणालो की त्याला परत येणे अवघड आहे. जर कोणी मोकळा झाला तर त्याला त्याच्या घरी जाण्यासाठी दरवाजा दिसतो, पण त्याने समोरच्याला सांगितले तर ते दारही बंद होते, त्यामुळेच मार्ग खूप कठीण आहे.

कमलेश : महाराज जी, दुसरा काही मार्ग असावा. माझा मुलगा आणि माझी सून, माझी नात तिथे अडकली आहे, गरीब लोक कोणत्या स्थितीत असतील हे मला माहित नाही, कृपया मला मदत करा.

संत ज्ञानेश्वर महाराज : दुसराही मार्ग आहे. मी ज्या झाडाखाली तपश्चर्या केली त्या झाडाला जर कोणी जल अर्पण केले तर ते सर्व लोक तिथून मुक्त होतील आणि पशू-पक्षीही पालशातून मुक्त होतील. प्रत्येकाला नवजीवन मिळेल. परंतु या झाडाला पाणी अर्पण करावे असे तुम्ही इतर कोणालाही सांगू शकत नाही. कुणी नकळत पाणी दिले तर सगळे मोकळे व्हायचे.

कमलेश : ही पद्धतही अवघड आहे. पण तो पलसा येथे कसा पोहोचला?

संत ज्ञानेश्वर महाराज : मी त्या झाडाखाली बसून 100 वर्षे तपश्चर्या करत होतो. जेणेकरून माझी तपश्चर्या पूर्ण झाल्यावर मी पलसा येथे जाऊन तेथे बंदिस्त असलेल्या पशु-पक्ष्यांना मुक्त करू शकेन. मला त्यांचे कल्याण हवे होते.

माझा एक नियम होता आणि शाप सुद्धा, जर कोणी माझी तपश्चर्या मोडली तर तो पळसात जाईल. तुमच्या मुलाने आणि सून, नातवानेही तेच केले. माझी तपश्चर्या त्याच दिवशी पूर्ण होणार होती पण ती अपूर्ण राहिली. मी पुन्हा 100 वर्षे तपश्चर्या करू शकत नाही.

कमलेश : पण पलसा तुझ्यासाठी इतका महत्त्वाचा का होता?

संत ज्ञानेश्वर महाराज : मग माझे लक्षपूर्वक ऐक. जुनी गोष्ट आहे. जेव्हा त्या ठिकाणी एक पशू राहत असे. तो सर्व प्राणी पकडून कच्चे खात

असे. मी त्याला थांबवण्याचा प्रयत्न केला असता त्याने माझ्यावर हल्ला करण्याचा प्रयत्न केला. त्याला पटत नव्हते, तो रोज प्राणी आणि पक्षी जिवंत खात असे आणि त्याला वरदान मिळाले होते. त्याला हवे ते मिळू शकले पण एकदाच.

तो देवाला म्हणाला की 21 व्या शतकातील सर्व प्राणी, पक्षी आणि प्राणी या पृथ्वीवर कैद केले जावे म्हणजे मी त्यांना दररोज खाऊ शकेन, माझी भूक भागेल. देवाने पलसातील एका झाडाखाली सर्व प्राणी-पक्षी कैद केले. जो कोणी त्या झाडाची फांदी तोडून नदीत स्नान करेल तो मुक्त होईल.

एके दिवशी मी त्याला थांबवण्याचा प्रयत्न केला की तू हे निष्पाप प्राणी का खात आहेस. मी त्याला खूप समजावले पण तो समजू शकला नाही. मी त्याला फाशीची शिक्षा दिली. पलसातील जीव कधीपासून वाट पाहत आहेत. शेवटी आम्ही इथून कधी मुक्त होणार आणि तुमच्या मुलाने तीच तपश्चर्या मोडली. पलसा हे जीवनाचे मूळ आहे जिथून त्यांचे जीवन मुक्त होईल. मी तुम्हाला फक्त एवढेच सांगत आहे की मी अमर झालो आहे. कोणाला सांगू नका.

कमलेश : हो महाराज. (दुःखाने)

संत ज्ञानेश्वर महाराजः काळजी करू नका, या पेरूच्या झाडाला कोणी ना कोणी नक्कीच पाणी अर्पण करेल. आता तू घरी आराम कर. लक्षात ठेवा की झाडाला पाणी कोणी अर्पण केले हे सांगितल्यास ते पालसामध्येच राहतील.

कमलेश : महाराज, मी पाणी देऊ का?

संत ज्ञानेश्वर महाराज : नाही, मी सांगितल्यामुळे तुम्ही पाणी देऊ शकत नाही. पण कोणाला सांगू नका. आता तुम्ही जाऊ शकता.

कमलेश : हो महाराज. पण मी पोलीस ठाण्यात जाऊन एफआयआर नोंदवला.

संत ज्ञानेश्वर महाराज : ते सर्व दुसऱ्या जगात आहेत हे कोणालाही सांगू नका. तुम्ही त्यांना सांगा की त्यांना ते मिळाले आहे. शेजारच्या घरी गेलो होतो. लक्षात ठेवा फक्त तुम्हीच मला पाहू शकता.

(तेवढ्यात पोलीस तिथे पोहोचले)

पोलीस : कमलेश तू इथे काय करतोस. तुम्हाला तुमच्या कुटुंबातील सदस्य सापडले आहेत का?

कमलेश: होय, माझ्या कुटुंबातील सदस्य सापडले आहेत. तो शेजारच्या घरी गेला आहे. आज त्याने मला फोन करून सांगितले. मी फक्त तुला सांगायला आलो होतो पण तू आलास.

पोलीस : फोन करून सांग. तर चला, आम्हाला ते नक्कीच सापडले आहे, नाही का? मग एन्काउंटर का केले? उद्या कोर्टात हजर.

कमलेश : भेटला नाही तर का सांगू शेजारच्या घरी गेलाय. मला कोर्टात हजर केले जाईल, मी घाबरत नाही.

पोलीस : ठीक आहे पण तू इथे काय करतोयस?

कमलेश : मी इथून निघालो होतो म्हणून महाराजांना भेटण्याचा विचार केला होता पण आता मी घरी जात आहे. तुम्हा लोकांना एवढा त्रास का होतो, मी कुठेही मरेन किंवा काहीही असो, तुम्ही कोण आहात?

(पोलीस गुपचूप बघू लागले. तो कोणाशी बोलतोय पण तिथे कोणीच नव्हते.)

संत ज्ञानेश्वर महाराज : आता तुम्हीही घरी जा आणि विश्रांती घ्या, हे लक्षात ठेवा की कोणाला याची कल्पना येऊ नये.

कमलेश : हो महाराज.

संत ज्ञानेश्वर महाराज : होलोकॉस्ट नक्कीच येईल. तुम्हाला होलोकॉस्टचा अर्थ माहित आहे का? प्रलय म्हणजे नाश.

मुळात हिंदू धर्मग्रंथात चार प्रकारची होलोकॉस्ट सांगितली आहे. प्रथम, कोणत्याही पृथ्वीवरील जीवसृष्टीचा अंत, दुसरा, पृथ्वीचा नाश होऊन राख होणे, तिसरे, सूर्यासह ग्रह-नक्षत्रांचा नाश होऊन राख होणे, आणि चौथे, राख ब्रह्मामध्ये लीन होणे, म्हणजे तेथे आहे. पुन्हा राख नाही. : शून्य स्थितीत असणे. ही विनाश लीला नित्य, अत्यंतिक, नैमित्तिक आणि प्राकृत प्रलय अशी विभागलेली आहे.

जो जन्माला येतो, त्याचा मृत्यूही निश्चित असतो. जे उगवते, ते मावळणे देखील निश्चित आहे, जेणेकरून ते पुन्हा उठू शकेल. हे जगचक्र आहे. हे जग कसे निर्माण झाले आणि ते कसे चालवले जात आहे आणि ते कसे विसर्जित केले जाईल. या संदर्भात पुराणात सविस्तर

उल्लेख आहे.

पुराणांमध्ये सृष्टी, सृष्टीची उत्पत्ती, उन्नती आणि आपत्ती या गोष्टींची विभागणी केली आहे. तथापि, पुराणातील ही संकल्पना तपशीलवार सांगणे कठीण आहे. म्हणूनच आपण विश्वाबद्दल बोलण्याऐवजी पृथ्वीवरील विकास, उन्नती आणि होलोकॉस्टबद्दलच सांगू.

पृथ्वीवर प्रत्येक वेळी प्रलय झाला तेव्हा भगवान विष्णू अवतार घेतात.पहिल्यांदा जेव्हा प्रलय झाला तेव्हा भगवान माशाच्या रूपात अवतरले आणि कलियुगाच्या शेवटी जेव्हा मोठा प्रलय घडेल, तेव्हा भगवान विष्णू अवतार घेतात. कल्किच्या रूपात अवतार.

कलियुगाच्या शेवटी, विनाश होईल तेव्हा वातावरण कसे असेल: श्रीमद भागवताच्या बाराव्या मंत्रात श्री शुकदेवती परीक्षितजींना कलियुगाच्या धर्मांतर्गत म्हणतात, जसे भयंकर कलियुग येईल, तसाच धर्म, सत्य, शुद्धता, क्षमा, दयाळूपणा, वय, शक्ती आणि स्मरणशक्ती नाहीशी होत जाईल.... म्हणजे वेळ वाढत जाईल तेव्हा लोकांचे वय देखील कमी होईल.

कलियुगाच्या शेवटी... जेव्हा कल्कि अवतार प्रकट होईल, तेव्हा माणसाचे अंतिम वय फक्त २० किंवा ३० वर्षे असेल. कल्कि अवतार कधी येईल. चार वर्णांचे लोक लहान (पेरणाऱ्या) सारखे होतील. गायीही शेळ्यांसारख्या लहान होतील आणि दूध कमी देतील....पाऊस पडणार नाही....भयंकर वादळे येतील. कलियुगाच्या शेवटी भीषण वादळे आणि भूकंप होतील. लोक घरात राहणार नाहीत.

लोक खड्डे खोदत राहतील. पृथ्वीचा सुपीक भाग पृथ्वीच्या तीन हातांपर्यंत म्हणजेच सुमारे साडेचार फूट खाली नष्ट होईल. भूकंप होतील... कलियुगाच्या शेवटी माणसांचा स्वभाव गाढवासारखा होईल. लोक सहसा घराचे ओझे वाहक आणि विषय बनतील. अशा स्थितीत धर्माचे रक्षण करण्यासाठी भगवंत स्वत: चांगल्या गुणांचा स्वीकार करून अवतार घेतील.

सुक्ष्म वेदानुसार, सध्या स्वर्गात असलेले राजा हरिश्चंद्र श्री विष्णूच्या आज्ञेने कल्की नावाच्या अवताराच्या रूपात येतील. तो

विष्णुलोकात विराजमान आहे जेथे तो त्याच्या सद्‌गुणांचे फळ भोगत आहे.

महाभारत: महाभारतात कलियुगाच्या शेवटी होलकॉस्टचा उल्लेख आहे, परंतु तो कोणत्याही महापूरामुळे होणार नाही तर पृथ्वीवरील सतत वाढणाऱ्या उष्णतेमुळे असेल. महाभारताच्या वनपर्वात कलियुगाच्या शेवटी सूर्याचे तेज इतके वाढेल की सात समुद्र आणि नद्‌या कोरड्‌या पडतील असा उल्लेख आहे.

संवर्तक नावाचा अग्नी पृथ्वीला नरकात जाळून टाकेल. पाऊस पूर्णपणे थांबेल. सर्व काही जळून जाईल, त्यानंतर बारा वर्षे सतत पाऊस पडेल. ज्यामुळे संपूर्ण पृथ्वी पाण्यात बुडून जाईल.... जीवाची उत्पत्ती पुन्हा पाण्यात सुरू होईल.

महासंहार केव्हा होणार हे जाणून घ्या : श्रीमद भागवतानुसार दोन कल्पांनंतर सृष्टीचा अंत होतो असे मानले जाते. प्रत्येक कल्पात एक अर्धसंपत्ती असते. दोन कल्प म्हणजे दोन हजार चतुरयुग. त्याचप्रमाणे दुसऱ्या कल्पाच्या शेवटी सर्वनाश म्हणजेच विश्वाचा नाश होतो. यानंतर पुन्हा सृष्टी होते आणि हा क्रम अव्याहतपणे चालू राहतो.

कमलेश : महाराज जी, पण त्यांना खायला मिळत असेल ना?

संत ज्ञानेश्वर महाराज : त्याची काळजी करू नका, हे भगवंताचे जग आहे, सर्व प्रकारची फळे आहेत.

कमलेश : मग जीव लोक देव लोकात कैद कसे होऊ शकतात.

संत ज्ञानेश्वर महाराज : आशीर्वाद होता. जेव्हा त्या प्राण्याने सर्व प्राणिमात्रांची मागणी केली. मग देवही ते वरदान टाळू शकला नाही. म्हणूनच 100 वर्षांची तपश्चर्या हेच पलसाचे साधन होते. एक गोष्ट लक्षात ठेवा, मी फक्त तेच लोक पाहू शकतो ज्यांनी कधीही पाप केले नाही आणि मी फक्त शुद्‌ध शाकाहारी व्यक्ती पाहू शकतो.

कमलेश : आता मी जातो, अंधार झाला आहे.

(कमलेश निघून गेल्यावर संत ज्ञानेश्वर महाराज ध्यान करायला एका झाडाखाली बसले. आता पळसात आपले जीवन जगत असलेल्या तारखीला जाऊ या. वाटेत कमलेश एकटाच होता, पोलिसांनी त्याचा पाठलाग करून शहरात पोहोचले, मग कमलेश पाठलाग करत मी

वळलो.

आणि पोलिस माझ्यामागे येताना दिसले.त्याला समजले की ते मला भेटायला आले आहेत.तो म्हणाला,मला माहीत आहे तू माझा सामना करायला आला आहेस,चल मला मारू.पोलिसांनी त्याला तिथेच मारहाण केली.कमलेशचा मृतदेह मध्यभागी फेकून दिला. रास्ता.)

अंतरी : आजपासून आपण सगळे एकत्र राहू. सजीवांबद्दल माहिती नाही, पण भूतांचे भांडार असावे. मी एक लहान लाकडी घर बनवले आहे. तुमची हरकत नसेल तर तुम्ही माझ्यासोबत राहू शकता. तुम्ही सर्वजण राहिल्यास मलाही आवडेल. असो, मी एकटाच राहतो, मला वाटायचे की या जंगलात कोणी नाही.

तारखी : आम्ही तुमच्या सोबत राहू शकतो. आमचा काही आक्षेप नाही. असो तू माझ्या मुलीसारखी आहेस. मी तुला या जंगलात एकटे का सोडू?

धिभान : एकत्र राहिलो तर छान होईल. असो रात्र होत आहे.

अंतरी : हो चला घराकडे जाऊया. मग शांत बसा आणि बोला.

तारखी : लहानपणी अंतरी खूप खोडकर होते. माझी आजी आईचे केस धरून म्हणायची. चल माझ्या घोड्यावर टिक-टिक. मावशीला भूत म्हणत ती ओरडायची. तसे, ती खरोखरच भयानक दिसत होती.

अंतरी : बाबा, तुम्ही पण आहात ना? कुठेही आणि केव्हाही माझ्या तक्रारी सुरू होतात.

धिभान : विधान कन्या तुझ्याबद्दल काही सांग.

विधान : मी सध्या ९वीत शिकत आहे. माझे वडील सैनिक आहेत. माझी आई बँक मॅनेजर आहे.

धिभान : म्हणजे तुमच्या घरातले सगळे शिकलेले आहेत आणि सरकारी नोकरीला आहेत. मला एक अतिशय सुंदर नवरा मिळाला हे माझे भाग्य. माझा नवरा ५वी नापास आहे.

तारखी : कसले शिक्षण आहेस तू रिकाम्या म्हशी-बकऱ्या चरायला शेतात घेऊन जायचा, तरीही मी तुझ्याशी लग्न केले. माझ्या नशिबात जे होते ते मला मिळाले आणि तुला मिळाले.

धिभान : या गरीब मुलीच्या कुटुंबीयांना खूप काळजी वाटत असावी. चला, आम्ही आमच्या संपूर्ण कुटुंबासोबत आहोत, पण बिचारी विधाना तिच्या आई-वडिलांपासून खूप दूर आहे.

विधान : काही हरकत नाही, एक दिवस तू मुक्त होशील. चला जेवण घेऊया. आज मी द्राक्षे, टरबूज, पपई, आवळा, बथुआ यांचा पत्ता घेऊन आलो आहे. सगळे एकत्र जेवतात आणि लवकर मरतात.

(जेवण करून सगळेजण शंभरावर जातात. पण झोप कुणालाच होत नव्हती. कारण त्यांना आपापल्या घरी जायचे होते. इथे एका झाडाखाली संत ज्ञानेश्वर महाराज ध्यान करीत बसले होते. तेवढ्यात विवेककुमार तिथे पोहोचले.)

संत ज्ञानेश्वर महाराज : तुम्ही कोण आहात आणि इतक्या रात्री इथे काय करत आहात.

विवेक कुमार पांडे : माझे नाव विवेक कुमार आहे. महाराजांना नमस्कार असो.

संत ज्ञानेश्वर महाराज : वंश, मला सांग, एवढ्या रात्री तुझे काय काम आहे?

विवेक कुमार पांडेः तसे वाटले नाही. तेव्हा मला वाटले की मंदिर जवळ आहे, मी तुम्हाला भेटले असते आणि मला देवाचे दर्शन झाले असते.

संत ज्ञानेश्वर महाराज : तुमची भगवंताशी खूप ओढ आहे हे खूप चांगले वाटते. ये, आत प्रवेश कर, वंश. मग मला तुमच्याबद्दल सांगा.

विवेक कुमार पांडेः महाराजांना काय सांगू, ते राहू द्या, मी दर्शन घेऊन घरी जाईन.

संत ज्ञानेश्वर महाराज : मला सांग वंश, तू काळजी करू नकोस.

विवेक कुमार पांडे : होय. माझे नाव विवेक कुमार पांडे आहे आणि मी एक लेखक आहे, मी सुरत, गुजरात येथे राहतो. माझा जन्म 30 सप्टेंबर 2002 रोजी झाला आणि मला लहानपणापासून अभिनेता बनण्याची इच्छा होती आणि अजूनही आहे.. मी कधीच विचार करत नाही की लोक काय करत आहेत, मला वाटतं की मी जे करत आहे, आज मी यशस्वी आहे, माझ्या वडिलांमुळेच, आज ते हयात असते तर त्यांना खूप आनंद

झाला असता, ते सदैव माझ्यासोबत असतील.

माझे खऱ्या आयुष्यातील सुपरस्टार आणि सुपर हिरो हे माझे सर्वात प्रिय वडील आहेत. माझे तुझ्यावर प्रेम आहे बाबा पप्पांना मी केलेला चहा खूप आवडला.

चहा प्यावासा वाटला की तो म्हणायचा. मला चहा प्यायचा आहे, कोण बनवेल? मम्मी म्हणते मी बनवतो पण वडील म्हणतात ना, माझा मुलगा बनवेल. मला त्याच्या हातचा चहा खूप आवडतो. जेव्हा तो काम संपवून घरी यायचा तेव्हा तो मला विवेक बेटा म्हणतो, तू काय खाशील, सफरचंद घे.

मी म्हणतो ठीक आहे बाबा घ्या. पप्पा म्हणतात मी किती घ्यायचे, एक किलो की २ किलो. मी बाबा म्हणत नाही, फक्त मी भाऊ खातो आणि बहिणीला फळे आवडत नाहीत, म्हणून 3 सफरचंद घ्या. पण वडील माझ्यासाठी दोन ते तीन किलो फळे आणायचे. आधी घे आणि मग मला फोन कर. नेहमी तेच करायचे.

मी असे म्हणत नाही की तो माझ्यावर खूप प्रेम आणि आदर करत असे. त्याचे तिन्ही मुलांवर प्रेम होते. मी घरात सर्वात लहान होतो, माझी बहीण माझ्यापेक्षा मोठी आहे आणि माझे भाऊ माझ्या बहिणीपेक्षा मोठे आहेत. मी अजूनही त्या दिवसाची वाट पाहत आहे जेव्हा बाबा माझ्यासाठी काहीतरी आणतील. तो आवाज ऐकण्यासाठी माझे कान आसुसले. पण जे निघून जाते ते परत येत नाही असं म्हणतात.

मी सर्व लोकांना विनंती करतो की तुम्ही तुमच्या पालकांची काळजी घ्या, हे त्या लोकांसाठी आहे जे त्यांच्या पालकांना नाकारतात. जगात एकच देव आहे, तो म्हणजे आई आणि वडील.

मी खूप प्रसिद्धी मिळवावी अशी माझ्या वडिलांची इच्छा होती. इथे फक्त खंत राहील, मला रस्ता दाखवणारे माझे वडील माझ्यासोबत नाहीत. पण माझे वडील माझ्या आत धुतात हे मला मान्य आहे. कधी येणार कोणास ठाऊक. असेच एके दिवशी माझ्या वडिलांचे झाले. माझ्या वडिलांना पाच-सहा दिवस ताप होता. त्याला अनेक हॉस्पिटलमध्ये नेण्यात आले पण कोणीही त्याच्यावर उपचार केले नाही, वडिलांना सौम्य न्यूमोनिया झाला होता आणि तुम्हाला आधीच

माहित होते की कोरोनाची सावली संपूर्ण जगावर पसरली आहे.

त्या भीतीमुळे डॉक्टरांनी माझ्या वडिलांवर उपचार केले नाहीत. निमोनिया साधा होता आणि सहा दिवस ताप कायम होता. शेवटी माझ्या वडिलांना प्रवेश मिळाला. आता तुमचे वडील बरे होतील, असे डॉक्टरांनी सांगायला सुरुवात केली. वडील बरे होतील याचीही आम्हाला खात्री होती.

4 जून रोजी रात्री 12 वाजता वडिलांना हृदयविकाराचा झटका आला. डॉक्टरांनी खूप प्रयत्न केले पण माझ्या वडिलांना वाचवता आले नाही. आता आम्हाला साथ देणारे कोणी नाही. प्रत्येकजण माझी चेष्टा करत राहतो, म्हणतो तू काही करू शकत नाहीस. पण मी त्या लोकांच्या बोलण्याकडे फारसे लक्ष दिले नाही. महाराज आता काय सांगू?

संत ज्ञानेश्वर महाराज : तुमच्याबद्दल कळून खूप वाईट वाटले, ज्याने वेळ पाहिली आहे ते सोडा. तो तुमच्यासोबत नाही असे समजू नका. तो सदैव तुमच्यासोबत असेल. जा बेटा, घरी जाऊन आराम कर.

विवेक कुमार पांडे: होय

(संत ज्ञानेश्वर महाराज पोखरला म्हणतात.)

पोखर : हो महाराज, तुम्ही मला बोलावलं.

संत ज्ञानेश्वर महाराज : नाही, मी फक्त विचार करत होतो की हे जग किती विचित्र आहे. मांस खाणे आणि प्राणी मारणे यावर कोणतेही खोटे उत्तर द्या, त्याचे सेवन केल्याचे परिणाम भयानक आहेत. मानवी जीवन असलेल्या सजीवाला इतर सजीवांवर दया आली पाहिजे. मानवी आहार प्राण्यांच्या किंकाळ्या, रडणे आणि रोगांपासून मुक्त असावा.

रावण शंभर मद्य आणि अनेक बकऱ्यांचे मांस खात असे आणि त्याला राक्षस म्हटले जायचे. आजच्या काळात सर्व धर्माचे लोक प्राण्यांना मारल्यानंतर जिभेची चव ही देवाची आज्ञा मानून मांस खातात. अरे मूर्ख प्राणी! तुम्ही कधी राम आणि कृष्णाला कोणत्याही प्राण्याचे किंवा कोंबडीचे हाड चावताना पाहिले आहे का? कोणत्या स्वप्नात तुम्ही गुरु नानक देव जी आणि मोहम्मद जी यांना मांस खाताना पाहिले होते. मानव, तू प्राण्यांपेक्षाही खाली पडला आहेस. मानवी जीवन हे कर्म करण्यासाठी दिले आहे, तुम्ही कर्म रोज खराब

करत आहात.

प्राण्याला मारून त्याचे सेवन करणाऱ्यांमध्ये करुणेची भावना नसते, म्हणूनच त्या प्राण्याला मारणाऱ्याला कसाई आणि खाणाऱ्याला मांसाहारी म्हणतात.

जो माणूस मांस खातो, समजावूनही पटत नाही, तो महापापाचा भाग आहे आणि तो गंभीर नरकात जाईल कारण मांस कोणत्याही प्राण्याचे असो, गाय, हरीण किंवा कोंबडी इ. जे मांस खातात ते भाग आहेत. नरक च्या. एवढाच विचार करत होतो.

पोखर : महाराज, तुमचे सर्व म्हणणे खरे आहे, पण या विचित्र लोकांना कोण समजावणार.

संत ज्ञानेश्वर महाराज : पळसातून मुक्त झालेले आत्मे पृथ्वीवर परत जातील.

पोखर : महाराज, ते जीव पुन्हा संकटात येतील. मानव त्यांच्यावर दया दाखवणार नाही. त्यांच्यासाठी आपण काहीतरी केले पाहिजे.

संत ज्ञानेश्वर महाराज : नाही, आम्हाला काही करण्याची गरज नाही.

पोखर : मग आपण त्याला असे मरू देऊ का?

संत ज्ञानेश्वर महाराज : काय होईल ते काळ ठरवेल.

पोखर : त्यामुळे नियोजित वेळेवर सर्व काही ठीक होईल.

संत ज्ञानेश्वर महाराज : काळ सर्व काही ठरवेल. आज एक व्यक्ती भेटली. त्याचे नाव होते विवेक.

पोखर : महाराज, तुम्ही रोज नवनवीन लोकांना भेटता.

संत ज्ञानेश्वर महाराज: पण मला ही व्यक्ती श्रावा श्रेष्ठ वाटली. त्यांची बोलण्याची पद्धत संयत आणि गोड होती. काळाचे चक्र तिथेच बदलेल.

पोखर : महाराज जी, मी आता झोपणार आहे.

संत ज्ञानेश्वर महाराज : तुम्ही रिकामे झोपता. आमच्यासाठी एक चिंताजनक पैलू आहे.

पोखर : कृपया सांगा सर.

संत ज्ञानेश्वर महाराज : ज्या दिवशी पलसा मुक्त होईल, त्याच दिवशी राक्षसही मुक्त होतील.

पोखर : पण तो मेला आहे मग पुन्हा जन्म कसा घेणार.

संत ज्ञानेश्वर महाराज : ते मेले पण त्यांचा आत्मा जिवंत आहे. जेव्हा तो मुक्त होईल, तेव्हा तो विनाशाचा नंगा नाच तयार करेल.

पोखर : मग त्याला थांबवावं लागेल महाराज, नाहीतर तो स्वर्गासारखा पलसा उध्वस्त करील.

संत ज्ञानेश्वर महाराज: जो पलसाला मुक्त करेल तो त्या राक्षसाचाही वध करेल.

पोखर: म्हणजे ज्याने पलसाला मुक्त केले तो त्या राक्षसाचा वध करेल.

संत ज्ञानेश्वर महाराज : होय.

पोखर : महाराज, मला तुम्हाला काही विचारायचे आहे, पण तुमची हरकत नसेल तर.

संत ज्ञानेश्वर महाराज : मला विचारा, माझा काही आक्षेप नाही.

पोखर : माणसांना मदत का करताय. कधी कधी तुम्ही म्हणता की ते त्यांच्या मेहनतीने त्यांचे जीवन यशस्वी करतील. कधीकधी तुम्ही त्यांना मदत करता. असे कोणी आहे का?

संत ज्ञानेश्वर महाराज : भक्तांना मदत करणे हे माझे कर्तव्य आहे. ज्या दिवशी सर्व प्राणी पलसापासून मुक्त होतील, त्याच दिवशी मी माझ्या निवासस्थानी जाईन. मला नेहमी वाटतं की माणसं इतकी विचित्र आहेत की त्यांना समजणं कठीण आहे.

पोखर : मग तुमचा फक्त तुमच्या भक्तांवर विश्वास असेल तर तुम्ही तुमचे सक्रिय रूप का दाखवत नाही. महाराजांच्या रूपात का बसलात? परमेश्वरा तूच देव आहेस का स्वतःला एवढा त्रास देतोस.

संत ज्ञानेश्वर महाराज : मी सर्वांची परीक्षा घेतो, त्याचप्रमाणे मी माझ्या भक्तांचीही परीक्षा घेतो. त्याला माझ्यासाठी खूप त्रास होत आहे. मी त्यांची इच्छा पूर्ण करू शकतो, मी इतका क्रूर नाही.

पोखर : तुला काय वाटतं ? मांस खाऊन तुमची पूजा करणाऱ्याला तुमच्याकडून काही मागायचे असेल तर तुम्ही ते पूर्ण कराल का?

संत ज्ञानेश्वर महाराज : नक्कीच पूर्ण करू. प्राण्यांनाही आत्मा असतो, त्यांनाही जीवन असते, त्यांनाही कुटुंबे असतात, हे त्या लोकांना समजत नसले तरी ते त्यांचे कर्तव्य करत आहेत, मी माझे कर्तव्य करत आहे, हे माणसांना कोण समजावणार. मी विचार करत आहे की या पृथ्वीवरील सर्व जीवांना मी माझ्या जगात घेऊन जाईन. जिथे तो सुरक्षित आणि शांत जीवन जगू शकतो. पापाचे भांडे भरले तर मी या जगाचा नाश करीन.

पोखर : मी तुम्हाला भगवान म्हणावे की महाराज?

संत ज्ञानेश्वर महाराज : तुमची इच्छा असेल. भगवत गीतेमध्ये असे लिहिले आहे की या जगातील सर्व जीवांना त्यांचे जीवन जगण्याचा अधिकार आहे. त्यांच्याकडून त्यांचे हक्क कोणी हिरावून घेऊ शकत नाही.

पोखर : परमेश्वरा, मग या पृथ्वीतलावर सर्व जीव धोक्यात आहेत, त्यांना त्यांच्या जगात घेऊन जातात तेव्हाच मानवाला कळेल की सजीवांचे महत्त्व काय आहे.

संत ज्ञानेश्वर महाराज : उशिरा का होईना समजेल, पण तोपर्यंत खूप उशीर झालेला असेल. माझ्यासाठी सर्व मानव एक आहेत. उद्या तुम्हाला खूप खास काम करायचे आहे. उद्या जरा लवकर उठ. (चिंतेने)

पोखरः हो प्रभू, तुझ्या आदेशानुसार मी उद्या सकाळी लवकर उठेन. पलसामध्ये सर्व प्राणी व प्राणी कैद असल्यामुळे मानवाला आता कळले असेल.

संत ज्ञानेश्वर महाराज : तुमचे म्हणणे बरोबर आहे, या वेळीच मानवाला आपल्यासाठी सजीव प्राणी किती महत्त्वाचे होते हे कळेल. आता जा आणि झोप.

(दुसऱ्या दिवशी)

(शहरात किंवा गावात कुठेही एकही प्राणी किंवा प्राणी दिसला नाही. सगळ्यांना वाटू लागले की या पृथ्वीवरचे जीवन संपले आहे. पण हे सर्व भगवान विष्णूने निर्माण केले की काय कुणास ठाऊक. हा एक खेळ आहे. फक्त सर्व वृत्तपत्रे आणि वृत्तवाहिन्यांवर ही बातमी दाखवली जात होती.अखेर कुठे गेले ते प्राणी,प्राणी,सर्वांचा नाश झाला.मला

वाटतं,माणूस प्राण्यांवर गुन्हे करत होते,म्हणूनच ते सगळे संपले.

अनेक शेतकरी अडचणीत होते. वेलीशिवाय शेतात काम कसे होणार. गायीशिवाय दूध कसे मिळणार, आपण त्या बिचाऱ्या जीवांवर गुन्हा करतो आहोत, असे सर्वांना वाटू लागले. आम्ही देवाकडे प्रार्थना करत होतो, हे देवा, आमच्याकडून झालेल्या चुकीबद्दल आम्हाला क्षमा कर, आम्ही त्या जीवांवर कधीही गुन्हा करणार नाही. आम्हाला क्षमा करा)

(चला पळसाला जाऊया जिथे तारखीचे कुटुंबीय आपले जीवन जगत आहेत)

अंतरी : आई, उठ आता सकाळ झाली आहे. सगळेच इतके आळशी झाले आहेत, कोणी उठायचे नावही घेत नाही. कोणी उठले नाही तरी हरकत नाही बाबा, मी या तलावात आंघोळ करणार आहे.

तारखी : जरा जपून जा, यात खूप खोली आहे. किनाऱ्यावर राहून स्नान करावे.

अंतरी : तू झोपला होतास. तू झोपला होतास, मग कसे बोलतोस? केव्हापासून मी उठतेय पण कोणी उठायचे नाव घेत नाही आणि मी आंघोळ करायला निघालो आहे असे म्हटल्यावर तुम्ही उत्तर देत आहात.

तारखी : कारण मी तुला सांगितले होते की तू माझ्यापासून दूर जात आहेस. फक्त बापच जाणतो. मला तुझी काळजी वाटते म्हणून मी म्हणालो. जा लवकर आंघोळ करून ये.

धिभान : तुम्ही वडील आणि मुलगी सकाळपासून खिचडी बनवत आहात. तुम्हाला कधीही शांत झोपू देऊ नका. आता जा बोलू नकोस, जेवायला घे, मला भूक लागली आहे.

तारखी : म्हणूनच मी म्हणतो आधी लवकर उठ. पण तुम्ही रिकामेच झोपता.

धिभान : पुन्हा नाटक, मला भूक लागली आहे आणि ही बडबड. जा माझ्यासाठी जेवण आण.

तारखी: मी जेवण आणले आहे, खा, पण आधी अंघोळ केली असती तर बरे झाले असते. विधान अजून झोपलेले आहे.

धिभान : उठा विधान कन्या, सकाळ झाली.

विधान : हो आंटी. अंतर कुठे आहे?

तारखी : अंत्री तलावात आंघोळीसाठी निघाली आहे. तू पण जाऊ नकोस, ये.

विधान: होय

तारखी: मला या जंगलात किती दिवस राहावे लागेल हे माहित नाही.

धिभान : तुम्ही जोपर्यंत रहाल तोपर्यंत आम्ही इथेच राहू. आम्ही तुमच्या कृतीसाठी पैसे देत आहोत.

तारखी : तुला पुन्हा राग आला. रागावू नकोस, आज ना उद्या आपण इथून निघू.

(तेव्हा बाहेरून विचित्र आवाज येऊ लागले. मी बाहेर आलो आणि पाहिले तर सर्व झाडे आणि झाडे जळू लागली.)

तर्खी : अंतरी, विधान लवकर आत या. तुम्हा दोघांनी खूप आंघोळ केली.

धिभान : आता काय झालं?

तारखी : जंगलात आग लागली आहे. आता आपल्या सगळ्यांना पळून जाणे अशक्य आहे. ही आग आपण विझवूही शकत नाही.

धिभान : धीर सोडू नकोस. आग विझवली जाईल.

(त्यांचा वाद असाच सुरू असतो. दुसरीकडे संत ज्ञानेश्वर महाराज ध्यान करून जागे झाले तेव्हा त्यांनी ते झाड पाहिले तेव्हा त्यांना आश्चर्य वाटले. त्यांनी तलावाकडे हाक मारली.)

संत ज्ञानेश्वर महाराज : आता मला वाटते. त्या सर्वांना परत येणे अशक्य होईल.

पोखर : का काय झालं प्रभु?

संत ज्ञानेश्वर महाराज : हे पेरूचे झाड हळूहळू सुकत चालले आहे. जर ते पूर्णपणे सुकले तर सर्व प्राणी पालसामध्ये अडकतात. तो कधीच परत येऊ शकत नाही.

पोखर : पण आपण काय करू महाराज. नाही आम्ही कोणाला सांगू शकतो, नाही आम्ही कोणाला सांगू शकतो. हे काम जर कोणी नकळत केले तरच हे कार्य यशस्वी होऊ शकते. आपण स्वतःही त्याला पाणी देऊ शकत नाही.

संत ज्ञानेश्वर महाराजः तुम्हाला माहीत नाही की हे झाड जर हळूहळू सुकत गेले तर पालसामध्ये स्वर्ग हळूहळू सुकून जाईल, पालसामध्ये भीषण आग लागेल. मग मनुष्य व प्राण्यांसाठी अन्न शिल्लक राहणार नाही. अन्नाशिवाय, ते सर्व मरू शकतात. सर्व काही जळून राख होईल.

पोखर : प्रभु होनी कोणीही रोखू शकत नाही. झाड अजून पूर्णपणे कोरडे झालेले नाही.

संत ज्ञानेश्वर महाराज : आता आपल्याला फक्त वेळेची वाट पहावी लागेल. कोणीतरी असावं जो आपल्याला या संकटातून नक्कीच मुक्त करेल. केवळ आपलाच नाही तर विश्वातील सर्व सजीवांचा उद्धार होईल.

पोखर : महाराज, आमच्या गायींना काही होणार नाही ना?

संत ज्ञानेश्वर महाराज : त्याला काहीही होणार नाही, तो माझ्या आश्रयाला आहे. खायला काही दिले आहे की नाही?

पोखरः प्रभु, मी गायींना अन्न दिले आहे.

संत ज्ञानेश्वर महाराज : तुम्ही शहरातल्या गरीब मुलांना फळे वाटलीत की नाही? नाही तर लवकर जा त्यांना भूक लागली असेल.

पोखर : मी निघणार होतो. म्हणूनच तू मला तुझी आठवण करून दिलीस.

संत ज्ञानेश्वर महाराज : जा लवकर, तोपर्यंत मी झोपडीबाहेरच्या व्हरांड्यावर बसतो.

(पोखरला बरा झाल्यानंतर विवेक कुमार देवाच्या दर्शनासाठी आले. विवेक कुमार यांनी पाहिले की आज तेथे कोणीही उपस्थित नव्हते. दर्शन घेऊन निघाले असता पेरूचे झाड पाणी न मिळाल्याने सुकलेले दिसले. केली होती .)

विवेक कुमार पांडेः जर कोणी पाणी टाकले नाही तर हे पेरूचे झाड पूर्णपणे सुकून जाईल. इथली सगळी झाडं हिरवीगार आहेत, पेरूचं एकच झाड कोरडं दिसतंय. मी त्यात पाणी का टाकत नाही जेणेकरून हे झाड हिरवे होईल.

(त्याने एका भांड्यात पाणी घेऊन त्या झाडावर ओतले. पाणी टाकल्यावर ते झाड लगेच हिरवे झाले. ते झाड तेजाने चमकू लागले.

भगवान विष्णू (संत ज्ञानेश्वर महाराज) हे सर्व पाहत होते.)

संत ज्ञानेश्वर महाराज : तुम्ही आज खूप मोठे आणि भव्य कार्य केले आहे. मी तुझ्यावर प्रसन्न आहे

विवेक कुमार पांडे: पण मी असे काय केले की तुम्ही मला सांगत आहात की मी खूप चांगले काम केले आहे.

संत ज्ञानेश्वर महाराज : तुम्ही विश्वातील सर्व प्राणिमात्रांना मुक्त केले आहे. आता अजून एक काम कर मी तुला शस्त्र देतो. त्या शस्त्राने राक्षसाचा वध करावा लागतो. अन्यथा तो पुन्हा गरीब जीवांवर अत्याचार करेल.

विवेक कुमार पांडे: सर, मला काहीच समजत नाही. कुठला राक्षस, कुठला शस्त्र आणि कुठला अत्याचार याबद्दल काही सांगा.

संत ज्ञानेश्वर महाराज : वंशाबद्दल सांगण्याची ही योग्य वेळ नाही. मी सांगायला बसलो तर तो राक्षस पुन्हा कहर करू लागेल, त्याआधी तुला संपवायला लागेल.

विवेक कुमार पांडे: तुम्ही काय म्हणू इच्छित आहात ते मला काही पटत नाही.

संत ज्ञानेश्वर महाराज : हे चकाकणारे झाड तुमच्या समोर दिसत आहे. त्याच्या आत प्रवेश करा, त्याला मृत्यूदंड देण्यासाठी हे शस्त्र घ्या. या शस्त्राने तुम्ही जाऊन त्याच्या डोक्यावर प्रहार करा.

विवेक कुमार पांडे: तुम्ही म्हणता त्याप्रमाणे मी या झाडाच्या आत शिरून त्या राक्षसाचा नाश करीन. मला परवानगी द्या

संत ज्ञानेश्वर महाराज : जा, घराण्याची आज्ञा आहे. जिंकल्यावर आ त्या राक्षसाचा वध केल्यावर लगेच परत येण्याचे लक्षात ठेवा.

(पलसाच्या दिशेने जात)

तारखी : बघ, आग विझली आहे. चला सगळ्यांच्या बाहेर जाऊया.

धिभान : बघ किती चकाचक आहे ते झाड. चला त्याच्याकडे जाऊया. कुठलातरी दरवाजा दिसतोय, इथून बाहेर पडण्याचा मार्ग सापडला आहे.

तारखी : हो तुझं बरोबर आहे. येथून बाहेर पडण्याचा मार्ग आहे असे दिसते. ही सर्व ईश्वराची कृपा आहे. चला सर्वांनी घाई करू, नाहीतर हा दरवाजा पुन्हा गायब होईल, म्हणून आपण इथेच कैद होऊ.

तारखी : बघ, आग विझली आहे. चला सगळ्यांच्या बाहेर जाऊया.

धिभान : बघ किती चकाचक आहे ते झाड. चला त्याच्याकडे जाऊया. कुठलातरी दरवाजा दिसतोय, इथून बाहेर पडण्याचा मार्ग सापडला आहे.

तारखी : हो तुझं बरोबर आहे. येथून बाहेर पडण्याचा मार्ग आहे असे दिसते. ही सर्व ईश्वराची कृपा आहे. चला सर्वांनी घाई करू, नाहीतर हा दरवाजा पुन्हा गायब होईल, म्हणून आपण इथेच कैद होऊ.

विधान : हो चल लवकर.

(सर्वजण तिथून निघून जातात. राक्षस सर्व झाडे उपटून पलसाचा नाश करत होता. विवेक कुमार पलसामध्ये प्रवेश केला. राक्षस संतापला.)

राक्षस : त्या बाबांना मी सोडणार नाही. त्याने माझी चूक केली.

विवेक कुमार पांडे: इकडे बघ, तुमचा राक्षस पिता आला आहे.

राक्षस : बरं, तू मला कैद करून या ठिकाणी ठेवलं होतंस. आता मी तुला सोडणार नाही.

विवेक कुमार पांडे : तो लहान मुलासारखा आग्रह का करत आहे. तू वेडा आहेस का, मी 21 व्या शतकातील माणूस आहे आणि तू 17 व्या शतकातील राक्षस आहेस. आता खूप उडी मारून पाहू नका, तुम्ही फक्त प्राणीच खात असाल, पण मी फक्त राक्षस खातो. आज तुमची पाळी आहे.

राक्षस: मी आत्ताच सांगतोय, जरा थांब.

विवेक कुमार पांडे: चला पकडम पकडाई खेळू या आधी तू मला पकड मग मी तुला पकडेन. बरं मला एक गोष्ट सांग, तुला काही व्यवसाय नाही, तू फक्त जनावरं खात राहा.

राक्षस: मी राक्षस नाही. मी राजा आहे

विवेक कुमार पांडे: राजा असल्याने तुम्ही या सर्व गोष्टी करत आहात. हे घृणास्पद कृत्य करताना तुम्हाला लाज वाटत नाही का? खायचे असेल तर पिझ्झा, बर्गर, मंचुरियन खा, पटेलांची पावभाजी खा.

दानव : काय बोलताय मला काही समजत नाहीये.

विवेक कुमार पांडे: अहो, 21 व्या शतकात या सर्व गोष्टी उपलब्ध आहेत हे मी विसरलो आहे. एवढं नशीब कुठे मिळणार आहे. तू फक्त

जीव मारतोस.

राक्षस : ही माझी मजबुरी होती, रागाच्या भरात मी हे सर्व केले.

विवेक कुमार पांडेः खरच मित्रा, एकदा पावभाजी खाल्ली असतास, वाह काय स्वादिष्ट पदार्थ आहे. नाहीतर तू एक काम कर, माझ्यासोबत माझ्या घरी चल, मी तुला पाय-भाजी खायला देईन. पावभाजी कुठे आवडणार, तुम्ही फक्त प्राणी मारत बसता.

(तेवढ्यात दारातून आवाज येऊ लागला. संत ज्ञानेश्वर महाराज वंश म्हणाले, त्याला मारू नका, बाहेर काढा.)

विवेक कुमार पांडेः मी तुम्हाला कैद केले नाही. ज्याने तुला कैद केले तो तुला हाक मारत आहे, बाहेर या.

राक्षसः नाही, तू खोटे बोलत आहेस.

विवेक कुमार पांडे : आता चालेल की तो ढोंग करेल, नाहीतर मी इथेच सडतो.

राक्षसः थांब, मी जातो.

(पलसातून बाहेर पडल्यावर. पलसाचे दार बंद होते. भगवान विष्णू भिक्षूच्या वेशात उभे असल्याचे त्या राक्षसाला कळले होते.)

राक्षसः नमस्कार प्रभू.

संत ज्ञानेश्वर महाराज : तू आयुष्मान होवो.

विवेक कुमार पांडेः आत्ता मी खूप सांगत होतो की त्या बाबांना सोडणार नाही आणि इथे आल्यावर ते बाबाजींना नमस्कार करत आहेत. तुम्ही खूप वेगवान होत आहात.

संत ज्ञानेश्वर महाराज : जा, आजपासून एका प्राण्यालाही इजा करणार नाही. शुद्ध आणि शाकाहारी अन्न खाणार. मला वचन दे

राक्षसः मी तुला वचन देतो की, मी प्राण्यांना कधीही इजा करणार नाही. त्यापेक्षा मला प्राण्यांबद्दल खूप आपुलकी आणि ओढ असेल.

संत ज्ञानेश्वर महाराज : आता तुम्ही जाऊ शकता.

राक्षसः होय प्रभु, आता मी जाईन.

(राक्षस स्वर्गात निघून जातो)

संत ज्ञानेश्वर महाराज : वंश, आज तू खूप धाडसी कृत्य केलेस आणि अनेकांचे प्राण वाचवलेस.

विवेक कुमार पांडे: आता थोडक्यात सांगा.

संत ज्ञानेश्वर महाराज : एक राजा होता ज्याने आपल्या मित्राला आमंत्रण दिले होते, त्याच्या मित्राने त्या राजाला सांगितले की मला हरणाचे मांस खायचे आहे, परंतु हरणाचे मांस न मिळाल्याने राजाच्या मित्राने संपूर्ण सभेत राजाला खडसावले.राजाचा अपमान केला. . राजाकडे अशी शक्ती होती ज्याचा वापर करून तो काहीही साध्य करू शकतो. त्याच्या तपश्चर्येवर प्रसन्न होऊन भगवान विष्णूंनी त्याला हे वरदान दिले होते.

रागाच्या भरात त्याने ब्रह्मांडातील सर्व प्राणिमात्रांना आणि येणाऱ्या शतकांतील सर्व प्राणिमात्रांना मागितले.तो सर्व जीव एक एक करून खाऊ लागला, तेव्हाच एका तपस्वी ऋषींनी त्या राजाला तेथे पाहिले. तो म्हणाला तू काय करतोस, या जीवांनी तुझे काय नुकसान केले आहे की तू त्यांना मारत आहेस. ऋषिवरांनी संतापून त्या राजाला शाप दिला. ते सर्व प्राणी आणि तो राजा पलसामध्ये कैद होता. तो राजा मेला होता.

आज त्याचा आत्मा देवलोकात गेला म्हणुनच मी थांबवले तू त्याला मारू नकोस. शाप देणारा ऋषीही मीच आहे.

(अंतरी, धिभान, तारखी आणि विधान काही वेळाने महाराजांसमोर हजर झाले.)

धिभान : महाराजांना नमस्कार असो.

तर्खी : नमस्कार महाराज.

संत ज्ञानेश्वर महाराज : तू आयुष्मान होवो. शक्य असल्यास मला माफ करा कारण त्यावेळी तुम्ही मला भेटायला आलात हे मला माहीत नव्हते. पण मी तुला सांगितले की तू लवकरच त्या पलसातून बाहेर पडशील.

आता तुमच्या कुटुंबियांना भेटायला जा, त्यांना खूप काळजी वाटत असेल. बिचारा विधाना बरीच वर्षे त्या जंगलात एकटाच होता.

विधान : होय महाराज.

संत ज्ञानेश्वर महाराज : तुम्हा सर्वांना माहीत आहे की तुमच्या सोबत इतर अनेक जीवही मुक्त झाले. मानव सजीवांवर गुन्हा करत होता, म्हणूनच सर्व सजीव तुरुंगात होते.

तारखी : महाराज, मी सजीव व प्राण्यांवर कधीही गुन्हा करत नाही. त्या विचारांवर कोणी गुन्हा करू नये. त्यांनाही जीवन आहे.

संत ज्ञानेश्वर महाराजः आपापल्या घरी जा, तुमचे कुटुंबीय तुमची वाट पाहत असतील.

तारखी : महाराज जी, तुम्ही तुमच्या घरी जात आहात.

(भगवान विष्णू अवतारात प्रकट झाले. भिक्षूच्या शरीरातून बाहेर पडल्यानंतर ते प्रकट झाले.)

विवेक कुमार पांडेः विष्णु देवाला अभिवादन.

तारखी : विष्णुदेवाला नमस्कार असो.

भगवान विष्णू : आता माझीही जाण्याची वेळ आली आहे. तुम्हा सर्वांना सदैव आनंदी राहा, असे मी आशीर्वाद देतो.

(भगवान विष्णु आपल्या जगात गेले. शेषनाग सोबत भगवान विष्णू सोबत गेले. सर्वजण आपापल्या घरी गेले. तारखीचे वडील गेले.)

भगवान विष्णू : (पत्नीला) जगात अत्याचार वाढले आहेत. ज्याला पाहतो तो स्वतःमध्ये गुंतलेला असतो. माणसाने एखाद्या सजीवाला मारले तर मला अजिबात योग्य वाटत नाही.

मानवाला आत्मा कळत नाही. त्यांना फक्त स्वतःची काळजी असते. त्यांना फक्त त्यांच्या प्रियजनांबद्दल आसक्ती आणि प्रेम असते. आपण कधीही कोणत्याही सजीवाची हत्या करू नये. प्राण्याला मारणे हे महापाप आहे.

पृथ्वी माताः परमेश्वर जे काही करेल, त्याला त्याच फळ मिळेल. हळुहळु सर्व मानव राक्षस बनत आहेत. त्यांना जीव मारण्यात दया येत नाही. परमेश्वरा, तू पृथ्वीवरील सर्व प्राणी आणि प्राणी आपल्या स्वर्गात पाठवतोस. तो तिथे सुरक्षित असेल आणि आपले जीवन जगू शकेल.

भगवान विष्णू : हे कलियुग आहे. इथले लोक विचित्र आहेत. माणसाची विचित्रता कोणीही समजू शकत नाही.

एक दिवस या जगावर कयामत येईल. विनाशाची वेळ निश्चित आहे. कोणत्याही मनुष्याने कोणत्याही जीवाला मारल्यास मी शपथ घेतो. त्याची शिक्षा तो स्वतः भोगेल.

ते जसे आहे तसे चालू द्या.

पृथ्वी माता: आता मला ते जाणवू लागले आहे. या जगात कोणीही यशस्वी व्यक्ती बनू इच्छित नाही.

भगवान विष्णू : चांगल्या वेळेची वाट पाहू नये.

यशस्वी व्यक्तीची ओळख हीच असते की तो कधीही त्याच्या चांगल्या काळाची वाट पाहत नाही. त्यांना जे करायचे आहे तेच ते करतात आणि कोणावरही अवलंबून नसतात.

पृथ्वी माता : स्वामी, ऋषिकेश कुठे आहे, त्याला बोलवा. अन्यथा कैलासनाथ रागावून विश्वाचा नाश करतील.

भगवान विष्णू: मी त्याला बोलावणार होतो.

(संत ज्ञानेश्वर महाराज प्रकट झाले.)

संत ज्ञानेश्वर महाराज: परमेश्वराचा जयजयकार असो, मी तुला वंदन करतो पृथ्वी माते.

भगवान विष्णु : तू आयुष्मान होवो. तू जाऊन स्वर्गाची किल्ली कैलासनाथांना दे. अन्यथा त्याचा राग आला तर सर्व जगाचा नाश निश्चित आहे.

संत ज्ञानेश्वर महाराज : होय प्रभू, मी त्यांना स्वर्गाची किल्ली दिली आहे.

शंकर भगवान : तुला येण्याची गरज नाही. मी स्वतः तुझ्यासमोर हजर झालो आहे. तू सर्व प्राणिमात्रांना का मुक्त केलेस?

संत ज्ञानेश्वर महाराज : प्रभो, आता तुला काय सांगू, जगाला जीवनाची गरज आहे, म्हणूनच मी सर्व प्राणिमात्रांना पळसातून मुक्त केले.

शंकर भगवान : माणसांची गरजच काय, ते सजीवांशिवाय जगू शकतात. जेव्हा त्याचा उपयोग होतो तेव्हा ते त्या निष्पाप जीवांची आठवण ठेवतात आणि जेव्हा उपयोगी पडत नाहीत तेव्हा ते त्यांना मारतात. (रागाने)

भगवान विष्णू: हे भगवान, रागावू नकोस. मी तुझ्याशी सहमत आहे.

शंकर भगवान: जा त्या स्वर्गाचे दार पुन्हा उघडा आणि जगातील सर्व प्राणिमात्रांना परत स्वर्गात पाठवा. तेथे तो शांततेचे जीवन जगू

शकतो.

संत ज्ञानेश्वर महाराज : प्रभु रागावू नकोस. आता त्या गरीब प्राण्यांना या पृथ्वीवर राहू द्या. माणसाला कोणी मारणार नाही.

शंकर भगवान : तुम्ही दार उघडणार आहात नाहीतर मी स्वतः दार उघडेन. त्या राजाला पृथ्वीवर पाठवा म्हणजे तो गरीबांना मारून पृथ्वीला मुक्त करेल.

भगवान विष्णू : तो कैलासनाथ आहे. एकप्रकारे पाहिल्यास प्राणी मारणे हे पाप आहे, पण माणसांच्या अभिमानाचे भांडे भरत चालले आहे. पापाचा घागर भरल्यावर त्यांना तिथेच सोडा, मग सर्व नाश निश्चित आहे.

शंकर भगवान : हरकत नाही. ते जसे आहे तसे चालू द्या.

(असे बोलून शिवजी शांत झाले. थोड्या वेळाने ते पुन्हा संतापले आणि संपूर्ण विश्वाचा नाश करायला निघाले. बघू कोण त्याचा राग शांत करतो, नाहीतर विश्वाचा नाश करील.

[पलसाची कथा काय होती. त्याबद्दल कोणालाच माहिती नाही. आज आपण सविस्तर जाणून घेणार आहोत.

१७ व्या शतकातील गोष्ट आहे. जेव्हा एका महान राजाने तपश्चर्या करून भगवान विष्णूचे हृदय जिंकले होते. भगवान विष्णू प्रकट झाले आणि त्यांनी त्या राजाला विचारले, हे राजा, तुला काय हवे आहे? राजाने वरदान मागितले. मला पाहिजे ते मी घेऊ शकतो. देवाने त्याला वरदान दिले आणि सांगितले की तुला जे हवे आहे ते तू त्याच वेळी मागू शकतोस पण लक्षात ठेवा तू जे मागशील ते तुला साध्या स्वरूपात मिळणार नाही तुला ते प्रचंड स्वरूपात मिळेल. मी तुम्हाला उदाहरण म्हणून सांगतो.

समजा तुम्ही सफरचंद मागितले, तर या जगात जिंकण्यासाठी सफरचंद असतील, ते सर्व तुम्हाला मिळतील. राजा म्हणाला ठीक आहे देव. राजाला जेवणाची खूप आवड होती.

त्यांच्यासाठी रोज नवनवीन पदार्थ बनवले जायचे. एके दिवशी राजाने आपल्या मित्राला बोलावले. राजाच्या मित्राने त्याला हरणाचे मांस खाण्यास सांगितले. राजाने त्याला बोलावले आणि आपल्या सैनिकांना सांगितले की शिकार करून हरणांना घेऊन या. सैनिकांना

जंगलात एकही हरिण सापडले नाही, त्यांनी जाऊन राजाला सांगितले.

आम्ही शिकार करायला निघालो पण आम्हाला एकही हरण सापडले नाही. राजा सैनिकांवर चिडला आणि म्हणाला, जा आणि कुठूनही हरण घेऊन या.

हरीण सापडले नाही तर तुझे सर्व आयुष्य संपवून टाकीन. राजाचे मित्र प्रजेत दाखल झाले, राजाने आपल्या मित्राचे मोठ्या श्रद्धेने स्वागत केले. राजा मित्राला म्हणाला, आधी जेवू या.

राजाने 100 हून अधिक पदार्थ आणि शाही भोजन केले होते. जेव्हा त्याच्या मित्राने हरणाचे मांस कुठे आहे असे विचारले तेव्हा राजा संकोचून म्हणाला, "हे बघ मित्रा, मी माझ्या सर्व प्रजेचे सैनिक पाठवले पण एकही हरण सापडले नाही." शक्य असल्यास मला क्षमा करा. राजाचे मित्र रागावले आणि तुम्ही पाहुण्याला बोलावून त्याचा अपमान केला आहे. सर्व लोकांसमोर राजाचा अपमान केला आणि त्याचे मित्र तेथून निघून गेले.

राजाला झालेला हा अपमान आतून डंखू लागला. त्याने एका दिवसात आपल्या सर्व प्रजेचा नाश केला आणि तो जंगलाकडे निघाला. रागाच्या भरात त्याने जगातील जीवजंतूंनाही मारले. सगळ्यांनी विचारलं. एक एक करून तो सर्व जीव खाऊ लागला. म्हणूनच प्रत्येक महर्षी जात होते, त्यांना त्या राजाला पाहून आश्चर्य वाटले. महर्षी म्हणू लागले, हे राजा, तू या जीवांना का खात आहेस? राजा म्हणाला निघून जा नाहीतर मी तुला पण खाईन. महर्षींनी क्रोधित होऊन ब्रह्मास्त्राने त्या राजाचा वध केला पण आता ते विचार करू लागले की येथून हे सर्व प्राणी कसे मुक्त होतील.

विवेक कुमार पांडे यांनी तयार केलेली ही काल्पनिक कथा आहे. हे पुस्तक लिहिताना कुठलाही धर्म, जात, समाज, संस्कृती दुखावलेली नाही. ही एक तयार केलेली कथा आहे.

धन्यवाद

आपण सर्वांनी पुस्तके वाचलीच पाहिजेत. आज माझे वडील माझ्यासोबत असते तर त्यांना खूप आनंद झाला असता. याचे सर्व श्रेय माझ्या वडिलांना जाते. त्यांनी मला नेहमीच प्रेरणा दिली. तो कुठेही असला तरी तो सदैव माझ्या ह्रदयात वसलेला असेल. तुम्ही सर्वजण माझ्यावर प्रेमाचा वर्षाव करत रहा. असे मजेदार किस्से मी तुमच्यासमोर मांडणार आहे. धन्यवाद

Printed by Libri Plureos GmbH in Hamburg, Germany